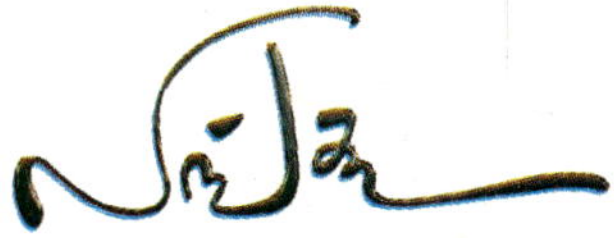

லிங்குசாமி

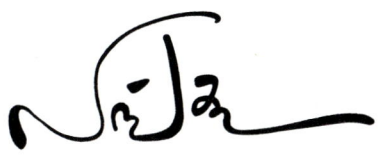

லிங்கூ

கவிதையும் ஓவியமும்

லிங்குசாமி

விகடன்
பிரசுரம்

Title :

LINGOO

© N.LINGUSAMY

ISBN : 978-81-8476-501-4

விகடன் பிரசுரம்: **735**

நூல் தலைப்பு:

லிங்கூ

நூல் ஆசிரியர்:

© என்.லிங்குசாமி

முதற்பதிப்பு : **மே, 2013**

மூன்றாம் பதிப்பு : **ஆகஸ்ட், 2016**

விலை : **₹ 125**

பதிப்பாளர்:

பா.சீனிவாசன்

முதன்மை உதவி ஆசிரியர்:

அ.அன்பழகன்

உதவி ஆசிரியர்:

ஜெ.கலைவாணி

கிராஃபிக் டிசைனர்:

த.வினோத்

வடிவமைப்பு:

ப.ஷங்கர், தே.ஆறுமுகம், ப.சுப்பிரமணி

இந்தப் புத்தகத்தின் எந்த ஒரு பகுதியையும் பதிப்பாளரின் எழுத்துபூர்வமான முன் அனுமதி பெறாமல் மறுபிரசுரம் செய்வதோ, அச்சு மற்றும் மின்னணு ஊடகங்களில் மறுபதிப்பு செய்வதோ காப்புரிமைச் சட்டப்படி தடை செய்யப்பட்டதாகும். புத்தக விமரிசனத்துக்கு மட்டும் இந்தப் புத்தகத்திலிருந்து மேற்கோள் காட்ட அனுமதிக்கப்படுகிறது.

விகடன் பிரசுரம்

757, அண்ணா சாலை, சென்னை-600 002.

எடிட்டோரியல் பிரிவு போன்: 044-28524074 / 84

விற்பனை பிரிவு போன்: 044-42634283 / 84

e-mail: books@vikatan.com

நனைவதா... மூழ்குவதா..?

முதன்முதலில் 'ஜி' ஷூட்டிங்கில் பார்த்தேன் இயக்குநர் லிங்குசாமியை. கும்பகோணம் ஸ்டெர்லிங் ஹோட்டல் முற்றத்தில் ஒருவரை வயலின் வாசிக்கச் சொல்லி சற்றே தூரத்தில் நிசப்தமாகி இருந்தார். பரபரப்பும் விறுவிறுப்புமாக ஓடும் சினிமா வாழ்வில் மனதுக்கான ஒருமிதம் அவ்வளவு சுலபத்தில் சாத்தியப்படாது. ரசனை என்கிற ஒற்றை ஆர்வத்தில் தன்னைச் சுற்றிய அத்தனை பரபரப்புகளையும் புறந்தள்ளிய அவருடைய தனித்தன்மை, ஒரு கவிதைபோல எனக்குள் படிந்த கணம் அது.

அதன்பிறகு கிட்டத்தட்ட பத்து வருடங்கள் கடந்து லிங்குசாமியைச் சந்தித்தபோது, அவர் முன்னணி இயக்குநர்; முக்கியத் தயாரிப்பாளர். இவற்றை எல்லாம்விட அரிய அரியணையாக கவிஞர், ஓவியர் என்கிற கம்பீரத்தைச் சுமப்பதிலேயே அவருக்குப் பெருமிதம். சிறு குழந்தைச் சிலிர்ப்போடு அவர் ஓவியம் தீட்டும் அழகைக் கண்டபோது, பத்து வருடங்களுக்கு முன்னால் பார்த்த கவிதை கணம் அப்படியே இப்போதும்!

தனக்குள் இருக்கும் பேரார்வம் கொண்ட ரசனைக்காரனை எந்தச் சூழலிலும் தன் இடுப்பைவிட்டு இறக்கிவிடவில்லை அவர். ஜனாதிபதி பதவியில் இருந்துகொண்டு போஸ்ட் கார்டுக்குப் பதில் எழுதிய அப்துல் கலாமைப்போல், நிமிடங்களுக்கு விலை பேசும் அரியணையில் இருந்து கொண்டு கவிதைக்கும் ஓவியத்துக்கும் நேரம் ஒதுக்கும் லிங்குசாமி ஆச்சர்யக்காரர். 'இன்னும் என்ன வேண்டி கோயிலுக்கு வருகிறாய்?' இந்த ஒரு கவிதை போதும்... லிங்குசாமி சாகாவரம் பெற்ற இளமைக்காரர் என்பதற்கு! 'அரிசியைச் சுமந்து வரும் எறும்பு சிரிக்கிற மாதிரியே தெரிகிறது' என்பதில் புரிகிறது லிங்குசாமியின் குழந்தைத் தன்மை. நதியோடும் இலையாக கவிதைகளில் நம்மைச் சுமந்து செல்லும் லிங்குசாமி, ஓவியங்களில் நதியாகவே மாறி நம்மை நனைக்கிறார். பார்ப்பதா படிப்பதா என்கிற ஆர்வத்தில் இதயமே இருதலைக்கொள்ளி எறும்பாகி விடுகிறது.

'லிங்கூ' படித்தால் நீங்கள் நனைவீர்கள்... 'லிங்கூ' பார்த்தால் நீங்கள் மூழ்குவீர்கள்!

– ஆசிரியர்

அணிந்துரை

குளத்தில்
சிறுநீர் கழிக்கும் சிறுவன்
வானத்தையே அசைக்கிறான்

பழம் விழுங்கிய பறவை
பறக்கிறது
ஒரு மரத்தைச் சுமந்துகொண்டு

தசரதனுக்கு ஆயிரம் மனைவிகள்
ஒரு சந்தேகமும் இல்லை
ராமனுக்கு ஒரு மனைவி
ஆயிரம் சந்தேகங்கள்

யாருக்கு யார் சொந்தம்
பனைமரத்தின் இடுப்பில்
ஆலமரம்!

என் காதலைச் சொல்ல
வார்த்தைகள் போதாது
ஒரு வயலின் கொடு
வாசித்துக் காட்டுகிறேன்

இப்படி என்னைச் சிலிர்க்கவைத்த கவிதைகளைச் சொல்லிக்கொண்டே போகலாம். கவிதைகளை வாசிக்கும்போது அவற்றை எழுதியவர்கள் மீதான என் மதிப்பும் நேசமும் அளவிட முடியாதது. அவர்கள் யார், எப்படிப்பட்டவர்கள், அவர்களின் பின்னணி என்ன என எது குறித்தும் கேட்கத் தோணாமல் அவர்களைக் கைகுலுக்க நினைக்கிறது மனது. என்னைச் சிலிர்க்கவைத்த அந்தக் கவிதை மட்டுமே அவர்களின் அடையாளம்.

லட்சம் பக்கங்களில் எழுதினாலும் உணர்த்த முடியாத ஒன்றை, சில வார்த்தைகளிலேயே இத்தனை நுட்பமாக இவர்களால் எப்படிச் சொல்ல முடிகிறது. நல்ல கவிதைகளை வாசிக்கும்போது ஓர் ஆட்டுக்குட்டியைப்போல் மாறிவிடுகிற மனம் எனக்கு. இந்தச் சிலிர்ப்பும் பேரார்வமும் என்னையும் பேனா எடுக்க வைத்ததில் ஆச்சர்யம் ஏதும் இல்லை.

அணில் முதுகில்

அழகான ஹைக்கூ

வாசித்த கணமே ஒரு மலராக மலர்ந்துவிடுகிறது மனது. எத்தனை அழகியலான பார்வை. ரத்தினச் சுருக்கமான வர்ணிப்பு.

எனக்கு அவளைத் தெரியும்

அவ்வளவுதான் தெரியும்

காதலை, இதைவிட வேறெப்படிச் சொல்லிவிட முடியும்? எல்லோரும் பகிர்ந்தாலும் எப்படி ஒவ்வொருவருக்குள்ளும் ஒவ்வொரு விதமாகப் பூக்கிறது இந்தக் காதல்.

ஊன்றுகோலில் இருக்கிறது

குருடனின் கண்!

எத்தனை விதமான தாக்கங்களைச் சட்டென நிகழ்த்தி விடுகின்றன இந்தக் கவிதைகள்.

வானத்தைக் கிழித்துவரும் ஒரு மின்னலைப்போல், திருவிழாக் கூட்டத்தில் நம்மைத் திரும்பிப் பார்த்துவிட்டுச் செல்லும் ஓர் அழகிய பெண்போல், மழை தொடங்குகிற இல்லை முடிகிற இடத்தைப் பார்க்கும் சிலிர்ப்பைப்போல் நல்ல கவிதைகளை வாசிக்கிறபோதெல்லாம் தாயின் கைக்குள் ஒடுங்கிக்கொள்கிற குளிர்காலத்துக் குழந்தையைப் போல் மாறிவிடுகிறேன். என் பார்வையில் கவிதை என்பது ஒரு கண்டுபிடிப்பு. மின்சாரத்தைக் கண்டுபிடித்ததைப்போல்!

தியானத்தில் அமரும்போது ஒரு மணி நேரம் அப்படியே இருந்தால், ஒரு நிமிட கணம் எதையுமே நினைக்காத - எதுவுமே தோணாத மனநிலை உருவாகும். நல்ல கவிதையை வாசிக்கும் கணம் எனக்கு அத்தகையதே. ஒற்றைப் பனை மரமாக, தோகை விரித்த மயிலாக மனதை மலர்த்திவிடுகிறது அந்தத் தருணம்.

கவிதை எழுதும் சூழல், போலீஸ் கண்களில் ஒரு திருடன் அகப்படும் நிகழ்வைப்போல அமைகிறது. நல்ல எஜமானனைச் சுற்றிச் சுற்றிக் கொஞ்சும் நாயைப்போல், குளத்தில் குளிப்பாட்டும்போது தன்னைத் திருப்பிக் கொடுத்துச் சிலிர்க்கும் மாட்டைப்போல், தட்டிக்கொடுத்து தன் குதிரையை வேலை வாங்கும் குதிரைக்காரனைப்போல், 'இந்தாடா... என்னோட எல்லாப் பக்கத்தையும் எடுத்துக்கடா' என்பதுபோல் கவிதை எழுதும் தருணம் நம்மைத் தழுவுகிறது. நல்ல செக்ஸ் முடித்த நிறைவைப்போல், நம்மை மதித்து அழைத்த நண்பர் வீட்டின் விருந்தைப்போல் கவிதைகள் நிகழ்த்தும் நிறைவு அசாத்தியமானது.

தினமும் சோற்றுக்கு வரும் நாயிடம்
வீடுமாறிப் போவதை
யார் சொல்வது?

இந்தக் கவிதை எனக்குள் நிகழ்த்திய தாக்கம் எத்தகைய வார்த்தைகளாலும் சொல்ல முடியாதது. 'நான் எழுத நினைத்ததை யாரோ ஒருவர் எழுதிவிட்டாரே!' என்கிற பதைபதைப்பையும், 'நாம் எழுதி இருக்கலாமே!' என்கிற ஏக்கத்தையும் எனக்குள் நிகழ்த்திவிடுகின்றன இந்த மாதிரியான கவிதைகள்.

குப்பைப் பொறுக்கும் சிறுமி,
குப்பைத் தொட்டியையே
சுற்றிச் சுற்றி வருகிறாள்
தாய்ப்பாசம்.

தணிகைச்செல்வனின் இந்தக் கவிதை நினைவில் பூக்கிறபோதெல்லாம் பரிதவித்துப் போகிறேன். என் உலகமே இத்தகைய கவிதைகளாலேயே நிரம்பி இருக்கிறது. மண்வாசத்தைப் பரப்பிவிட்டுப் போகும் சிறு தூறலைப்போல் இந்தக் கவிதைகள் எனக்குள் செய்கின்ற மாற்றங்கள் மகத்தானவை. என் அலுவலகத்தில் நோட்டீஸ் போர்டு வைத்து தினம் ஒரு கவிதை எழுதுகிற அளவுக்கு என் ஆர்வம் பெருக்கெடுத்தது. என் அலுவலக உதவியாளர் தொடங்கி வாகன ஓட்டுநர் வரையிலான அத்தனை பேரையுமே அது கவிதை எழுத வைத்தது.

ஊரில் இருந்தபோதே அறிமுகமான கவிஞர் அறிவுமதி அண்ணனின் கவிதைகள், நீலமணி கவிதைகள், அப்துல் ரகுமான் கவிதைகள் ஆகியவை என் ரசனையை மேம்படுத்தியவை. 92-ல் இலக்கியப் பேரவைக்கான கவிதையை எப்படி அனுப்புவது என்கிற விசாரிப்பிலேயே விசாலமானது என் கவிச்சிநேகம். கவிதைகளைப் படித்துப் படித்து அதற்கான வடிவத்தை உள்ளுக்குள் உருவாக்கிக் கொண்டேன். கணையாழியின் கடைசிப் பக்கத்தில் சுஜாதா எழுதிய கவிதைகளில் சுருண்டு கிடந்திருக்கிறேன்.

குளத்தில் நிலா

குளிக்காமல் திரும்பினேன்

சுருங்கச் சொல்லலின் அழகை சுஜாதாவிடமே கற்றேன். விக்கிரமாதித்தன், பசுவய்யா, வண்ணதாசன், சுகுமாரன் என இன்னும் எத்தனையோ பேரின் கவிதைகளைப் படித்துத்தான் கவிதை மொழியைக் கற்றுக்கொண்டேன்.

அறிவுமதி, கபிலன், நா.முத்துக்குமார், யுகபாரதி உள்ளிட்டோர் அழகிய கவிதைகளை எனக்கு அவ்வப்போது பரிமாறுகிறார்கள். அவர்களுடனான உரையாடலில், விவாதத்தில், பணியாற்றலில் ஆயிரமாயிரம் கவிதைகளின் ஊர்வலத்தில் நான் கலக்கிறேன்.

என் முதல் கவிதையின் பிரசவம், ஆனந்த விகடனில் நிகழ்ந்தது. இப்போது விகடன் பிரசுரம் என் கவிதைகளுக்கும் ஓவியங்களுக்கும் தனிப் புத்தகமே வெளியிடுகிறது. வார்த்த - வளர்த்த விகடனுக்கு நன்றி!

எனக்குள் ஒளிந்திருந்த கற்பனைத் திறன் முதலில் வெளிப்பட்டது ஓவியமாகவா கவிதையாகவா என்பது எனக்கே தெரியாதது. ஆறாம் வகுப்பு படித்தபோது எங்கள் ஊரில் உள்ள டெய்லர் கடையில் ரஜினிகாந்த்தின் படத்தை வரைந்திருக்கிறேன். ஸ்டைலாக வாயில் சிகரெட் வைத்தபடி ரஜினி நிற்கும் படம் அது. ரஜினி மீதான பிரியத்தில் அதை வரைந்தேனா அல்லது ஓவியம் மீதான ஆர்வத்தில் அதை வரைந்தேனா என்பது இன்றுவரை எனக்குள் நடக்கும் பட்டிமன்றம். ஆனால், கவிதைக்குச் சற்றும் குறையாத பரவசத்தை ஓவியங்களும் எனக்குள் நிகழ்த்தும் என நான் நினைத்துப் பார்த்தது இல்லை.

கவிதை எழுதும் மூடோடு நாம் அமரும்போதோ... கவிதை எழுதி முடித்து அதில் திருத்தங்கள் செய்யலாமா என யோசிக்கும்போதோ... நம்மையும் அறியாமல் பேனாவால் கிறுக்கிக்கொண்டு இருப்போம். எழுதுகிற யாவருக்குமே இருக்கிற பழக்கம் இது. என் கவிதைகளை எழுத முனைந்த கணத்திலோ, எழுதி முடித்த கணத்திலோ

அமைந்த கிறுக்கல்களே நான் வரைந்திருக்கும் ஓவியங்கள்.

என் ஓவியங்களின் பிரசவங்களுக்குப் பிறகு, ஓவியர்களை நான் பார்க்கும் பார்வையே பொறாமையானது. அவர்களின் உலகம் எத்தனை அழகானது. எதையுமே வர்ணங்களாகப் பார்க்கும் பார்வை யாருக்கு அமையும்? வரைந்த ஓவியங்களை தடவிப் பார்க்கும் பூரிப்பு, தலை மேல் உதிரும் வேப்பம் பூவாக எத்தனைத் துள்ளலானது! இப்போதெல்லாம் வெளியே பார்வையை வீசினாலே வானமும் பூமியும் வர்ணங்களால் நிறைந்து கிடப்பதைப் போல் இருக்கிறது.

கவிதைகளை யோசிக்கையில் கர்ப்பம் தரித்துக்கொள்கிற மனது, ஓவியங்களை உருவாக்கும்போது ஒரு பறவையாக மிதக்கிறது.

உலகின் அழகிய வீதியில் நடைவண்டி ஓட்டுபவனைப் போல் என் ஓவியங்களை அடுக்கிவைத்துக் கொண்டிருக்கிறேன். ஒரு சினிமாக்காரனாக, ஒரு கவிஞனாக, ஓர் ஓவியனாக என்னை அடையாளப்படுத்தும் நிகழ்வல்ல இந்த முயற்சி. 'எப்போதும் ஒரு நல்ல ரசிகன்' என்று சொல்லிக்கொள்வதையே நான் விரும்புகிறேன்.

நான் கவிதைகள் எழுதும்போதே உடனிருந்து அதை மதிப்பிட்டுச் சொல்லும் என் உதவி, இணை இயக்குநர்கள், வசனகர்த்தா பிருந்தா சாரதி, தம்பி போஸ், இரவு எத்தனை மணி ஆனாலும் எழுதிய கவிதையை நான் வாசித்துக் காட்டும்போது, தொந்தரவாக நினைக்காமல் கேட்டு ரசித்து உற்சாகப்படுத்தும் இயக்குநர்கள் சசி, கருணாகரன், வசந்தபாலன், ஹோசிமின், கவிஞர் விவேகா ஆகியோருக்கும் இந்த நேரத்தில் நன்றி சொல்ல கடமைப்பட்டிருக்கிறேன்.

இந்தக் கவிதைகளைத் தொகுப்பாகக் கொண்டுவர வேண்டும் என்று என்னிடம் கூறி, இன்று இந்த நூல் வெளிவரக் காரணமாக இருந்த அண்ணன் அறிவுமதி அவர்களுக்கும், இந்த ஓவியங்களை இந்த வடிவத்தில் இந்த நூலில் வெளியிடலாம் என ஆலோசனை தந்து அதைச் செயல்படுத்திய ஸ்ரீதர் அவர்களுக்கும் என் அன்பும் நன்றியும்.

நன்றியுடன்

விஐவா

இந்த நூல்...

"அப்படியே அம்மா மாதிரி
இருக்கீங்க..."
எல்லோரும்
சொல்லக் கேட்டிருக்கிறேன்
"அப்படியாம்மா..." என
உன்னிடமே கேட்டிருக்கிறேன்.
முழுசாய்
தன்னையே எனக்குத் தந்த
அம்மா உனக்கு...

விக்கல் வரும்போதெல்லாம்
அம்மா சொல்லுகிறாள்
யாரோ நினைக்கிறார்கள் என்று
கோபம் கோபமாக வருகிறது
யாரோவா நீ

சுஜாதா
கவிதா பத்மா உஷா
அப்புறம் கீதா
இவை எல்லாம்
வெறும் பெயர்கள் அல்ல

நீ வடம் பிடிப்பதற்கு
முன்னதாகவே
நகர ஆரம்பித்துவிடுகிறது தேர்

நல்லவேளை
எனக்கான தண்டனை முடிந்த பிறகு
நீ வகுப்பறைக்குள் வந்தாய்

லிங்கூ

தேவை இல்லாமல்
குழப்பம் விளைவிக்கிறாய்
எல்லாத் திருமண வீடுகளிலும்

022 | லிங்க

இரண்டு விஷயங்கள் மட்டும்
அப்படியே மனதில் நிற்கிறது
முதன்முதலில் கடல் பார்த்தது
கவிதாவைப் பார்த்தது

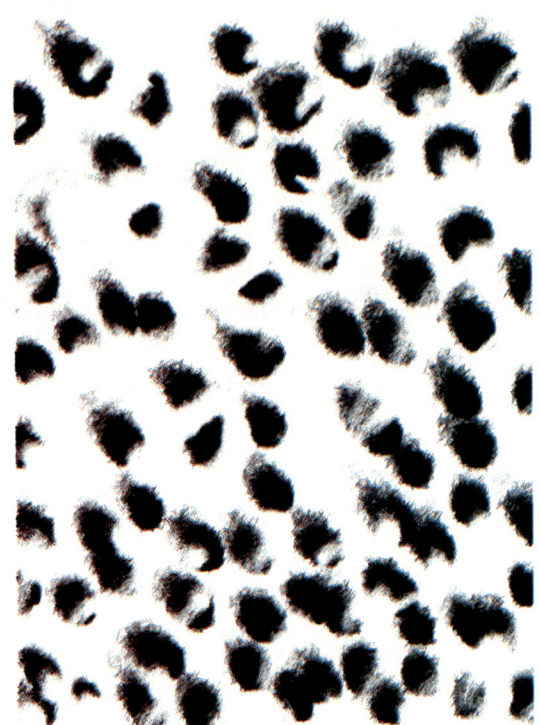

விகடன் பிரசுரம் | 025

ஒரு சிங்கத்தைக்
காதலித்திருந்தால்கூட இந்நேரம்
சொல்லியிருப்பேன்

இந்த
இடிச்சத்தத்துக்கு
அவளும் பயந்திருப்பாளோ

028 | லிங்கூ

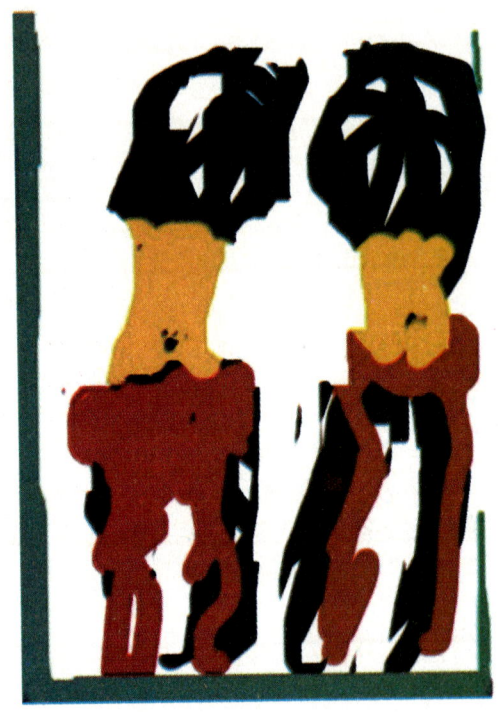

அது என்ன
அந்தப்புறா
சொல்லி வைத்த மாதிரி
உன் வீட்டுக்கும் என் வீட்டுக்குமாய்ப் பறக்கிறது

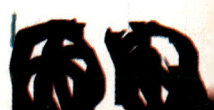

இஸ்திரி போடும் தொழிலாளியின் வயிற்றில் சுருக்கம்

விகடன் பிரசுரம் | 033

இன்னும் என்ன வேண்டி
கோயிலுக்கு
வருகிறாய்

விகடன் பிரசுரம் | 035

நீ ஊரில் இல்லை
அதுதெரியாமல்
திருவிழா கொண்டாடுகிறார்கள்

விகடன் பிரசுரம் | 037

ஆசையாய் வாங்கினேன்
புத்தர் சிலை

மயான கூரையின் மேல்
காக்கையின் சத்தம்
யார் வரப்போகிறார்கள்

எப்போதும் குடையோடு செல்லும்
தாத்தாவின் இறுதி ஊர்வலத்தில்
நல்ல மழை

தொடர்ந்து
உன் பின்னால் வரும்பொழுது
கெட்ட வார்த்தையில் திட்டுகிறாய்
உனக்குத்தான்
அது கெட்ட வார்த்தை

லிங்கூ

ஒருமுறை
என்னிடம் வண்டியை நிறுத்தி
வழி கேட்டாயே
அப்படியே எனக்கும்
ஒரு வழி சொல்லிவிட்டுப் போயிருக்கலாம்

யாரோ தெரியவில்லை
அந்த இரவு நேரப்பேருந்தின்
கடைசி இருக்கையிலிருந்து
தொடர்ந்து
விசும்பல் சத்தம்
வந்து கொண்டேயிருந்தது

நீ தினமும்
பால்கனியில் அங்குமிங்கும்
நடந்தபடி படிப்பாயே
அது வரலாறு

நல்லவேளை
நீ ஹெல்மெட் அணிந்து வந்தாய்
விபத்து தவிர்க்கப்பட்டது

அந்த
அடுக்குமாடி குடியிருப்பில்
நீ எந்த வீட்டில் இருக்கிறாய் என்பதை
கூப்பிட்டுச் சொன்னது
உன் கத்திரிப்பூ துப்பட்டா

லிங்கூ

மொட்டைப் பனை மரத்தில்
தோகை விரித்தபடி
மயில்

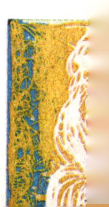

வயல் முழுக்க வண்ணத்துப் பூச்சிகள்
என்ன செய்ய
களை பறிக்க வேண்டும்

058 | லிங்கூ

கோலம் போடத் தேவை இல்லை
வாசல் முழுக்க
உதிர்ந்து கிடக்கின்றன
பூக்கள்

சுமை தாங்கிக் கல்லை
கடந்து செல்கிறாள்
கர்ப்பிணிப் பெண்

நானும் கவனிக்கிறேன்
அந்த யானை
உனக்கு ஆசீர்வாதம்
பண்ணும்போது மட்டும்
பூப்போல தும்பிக்கையைத் தூக்குகிறது

நீ
மழையில்
நனைந்தபடி வருகிறாய்
இடி இறங்குகிறது

நீ யாரையோ
திட்டிக் கொண்டிருக்கிறாய்
அவன் சிரித்துக் கொண்டிருக்கிறான்

உன் பென்சிலைப் பார்த்தாலே தெரிகிறது
நீ பார்த்துப் பார்த்து சீவியிருப்பாயென்று

லிங்க

விகடன் பிரசுரம் | 071

பூச்சி மருந்தில் பூச்சி
உயிரோடு

அரிசியைச் சுமந்து வரும் எறும்பு
சிரிக்கிற மாதிரியே தெரிகிறது

அசோகர் இத்தனை மரங்களை நட்டார்
அதில் ஒன்றுகூட போதி மரமில்லையா

என்னிடம் கேட்காமல் கடந்து செல்கிறான் பிச்சைக்காரன்

சாவு வீடு
எப்போதோ பார்த்த நண்பன்
அழுவதா
சிரிப்பதா

தூரத்தில் யாரோ இருமும் சத்தம்
இறந்துபோன அப்பாவை ஞாபகப்படுத்துகிறது

இன்னும் கட்டி முடிக்கப்படவில்லை வீடு
அதற்குள் குடிபுகுந்து விட்டன
குருவிகள்

லிங்கூ

இன்று நான் காக்கைக்கு விசிறிய அரிசி
பாரதி விதைத்தது

ஞாபகத்திற்கு வராத
எல்லாப் பெயர்களும்
நல்ல பெயர்கள்தான்

088 | லிங்கூ

வயிறு முட்ட சாப்பிட்டிருந்திருக்க வேண்டும்
ஆப்பிள் விழுந்த கணத்தில்
நியூட்டன்

இன்னும் கொஞ்ச நேரம்
கண்களை மூடி
வேண்டக் கூடாதா

நீ படித்துறைக்கு
வந்த பிறகு
எனக்கு நீச்சல் மறந்துவிடுகிறது

ஆண் தெய்வங்கள் வைத்திருக்கும்
அத்தனை ஆயுதங்களையும்
ஒருசேர வைத்திருக்கிறாள் காளி

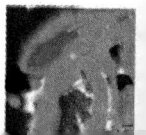

இப்பொழுதெல்லாம்
ரிங்டோன்களில் மட்டுமே
கேட்க முடிகிறது
குருவிகளின் சத்தம்

| லிங்கூ

நேரத்திற்கு நீ வராததற்குச்
சொன்ன
அத்தனைக்
காரணங்களையும்
ஒப்புக்கொள்கிறேன்

மழைக்கு ஒதுங்கினேன்
என்பதைத்
தவிர

எந்தப் பென்சிலையும்
முழுசாய்
எழுதித் தீர்த்ததாய்
ஞாபகமில்லை எனக்கு

102 | லிங்கு

ஓடும் பேருந்தில்
பறந்து வந்து ஏறிய
வண்ணத்துப் பூச்சி
உட்கார
இடம் தேடி
எங்கெங்கோ
அலைந்து
என் தோளில் வந்து
அமர்ந்தது

இறங்கும் இடம் வந்தும்
தொடர்கிறது
பயணம்.

காட்டின்
பாறையில் அமர்ந்துகொண்டு ஒரு பெருமரம்
பார்க்கையில், ஆயிரமாயிரம் இலைகளுக்கு நடுவே
ஓர் இலை மட்டும் தன் குறும்பு அசைவுகளால்
நம்மை ஈர்க்குமே...

அது அதுதான் அதேதான் தம்பி
லிங்குசாமி
கூட்டுக்குடும்பத் தோப்பு வாழ்க்கையில் ஒரு
குழுப் பாடலுக்குள் பிரித்தெடுக்க முடியாத
இசைக்கருவியின்
ஒலியழகாய்ப் போய்... ஒளிந்துகொள்ளும்
இயல்பினர்தான் என்றாலும் என் லிங்குசாமி
ஒற்றைக் குயிலிசையாய்த் தன்னைத் தேடவைக்கும்
கவிதைக்காரர்.
மதகு திறக்கப் பாயும் தண்ணீரின் ஓட்டத்தில்
எகிறிப் பாயும் மீன்களாய்ப் பேசக்கிடைத்த

உயிர்ப்புக்காரர்களின் பேச்சுகளுக்குள்ளாகவே கவித்துவமாய் இடைமறித்துப் பாயும் இவரது கவித்துவத் தெறிப்புகளைப் பல நேரங்களில் அனுபவித்து வியந்திருக்கிறேன்.

இப்போது இயக்குநர்... இப்போது தயாரிப்பாளர் எப்போதுமே லிங்கு... கவிதைக் காதலர் கவிஞர்களோடு உறவாடுவதிலும்... கவிதைகளோடு உரையாடுவதிலும் பெரு ருசிக்காரர்

இந்தத் தன்மையிலிருந்துதான்... இவரது திரைக்கதைகளுக்கான காட்சி அடுக்குகளும் உயிர்ப்புள்ள வெற்றிகளாய் அடையாளப் பட்டிருக்கின்றன.
தனித்து இயங்க முடியாத வாழ்க்கை... தனித்து இயங்க முடியாத தொழில்... இவற்றுக்குள்ளாக இருந்துகொண்டும்... குறும்புகள் கூடிய காதல்காரராய்

அந்த
அடுக்குமாடிக் குடியிருப்பில்
நீ எந்த வீட்டில் இருக்கிறாய் என்பதை
கூப்பிட்டுச் சொன்னது
உன் கத்திரிப் பூ துப்பட்டா...

என்று எழுதுபவராகவும்,
சமூக வலிகள் வாங்கிய நெஞ்சினராய்

இஸ்திரி போடும் தொழிலாளியின்
வயிற்றில் சுருக்கம்

என்று எழுதுபவராகவும்

என் தம்பி லிங்குசாமி... கவித்துவ ஈரம் தளும்பும் உயிர் ஊற்றாளராய் நிறைந்து வழிவதுகண்டு மகிழ்ச்சியடைகிறேன்.

கவித்துவ ஆற்றலோடு... தூரிகைக்காரராகவும்
சிறந்து செழிக்கும் இவரது பன்முக ஆற்றலின்
ஒத்திசைவுகள்
தொடர் வெற்றிக்காரராய்
இவரை
உற்சாகப்படுத்தி உயர, உயரங்களுக்கு
அழைத்துச் செல்லும் என்று
உறுதியாக நம்பி, தாய்மையில்
வாழ்த்தும்...

அண்ணன்
அறிவுமதி

பேரன்புமிக்க லிங்குசாமி அவர்களுக்கு,

தங்களுடைய கவிதை நூல் கிடைக்கப் பெற்றேன். அடுத்த 15 நிமிடத்துக்குள் படித்து முடித்தேன். இதுநாள் வரை திறமையான ஓர் இயக்குநராக மட்டுமே தங்களை எண்ணியிருந்த நான், இன்று ஒரு 'சகலகலா வல்லவ'னாகப் பார்க்கிறேன்.

நூல், மிக மிக அற்புதமாக MOUNT செய்யப்பட்டிருப்பது என்னை பிரமிக்கவைத்துவிட்டது.

எத்துணை நேர்த்தி!

வேறு எந்தக் கவிஞனுக்கும் இப்படிப்பட்ட வாய்ப்பு கிட்டியிருக்குமென நான் நினைக்கவில்லை!

தங்களது முயற்சிகள் அனைத்தும் வெற்றி பெற வேண்டுமென தங்களை நெஞ்சார வாழ்த்துகிறேன்.

அன்புடன்

கே.பாலசந்தர்

லிங்குசாமி, கவிதை எழுதுவார் எனத் தெரியும். சந்திக்கும் நேரங்களில், பத்திரிகைகளில் என அவ்வப்போது கூவும் லிங்குவின் ஹைக்கூ...! மழைத்துளிகளைப் போலச் சேர்ந்த கவித்துளிகள் இன்று கோதிப் பருக ஏதுவாகத் தொகுப்பாக வந்திருப்பது மகிழ்ச்சி.

போகிற போக்கில் முகம் வருடிச் செல்லும்; பின் தோளில் கை போட்டுக் கூடவே நடக்கும்; வானவெளியில் இறகசைக்கும் பறவையாய்ப் படபடக்கும் என மனதை லேசாக்கி வாழ்தலை விசாலமாக்கும் லிங்குசாமியின் கவிதானுபவம்!

ஒரு காட்சியை அல்லது ஒரு ஷாட்டை வெள்ளித்திரையில் கவிதையாகக் காட்ட, இயக்குநர்கள் ரொம்பவும் மெனக்கெடுவோம். அதற்காகப் பெரும் உழைப்பைக் கொட்டுவோம். ஆனால், கவிஞர் லிங்குசாமியின் கவிதைகளே காட்சியாகும் ரசவாதம் அற்புதமானது. வாசிப்பவர் மனக்கண்ணில் லாவகமாக ஓர் ஓவியம் இழைத்துவிடும் மென்மையான வன்மை இவரின் ஒவ்வொரு கவிதையிலும் இருக்கிறது. பின்வரும் கவிதை ஓர் சிறந்த எடுத்துக்காட்டு.

*நீ வடம் பிடிப்பதற்கு
முன்னதாகவே
நகர ஆரம்பித்துவிடுகிறது தேர்.*

■

நேசம், நட்பு, காதல், ஏக்கம், பரிவு, சமூக அக்கறை, இறப்பு என முக்கியமான தருணங்களை எளிமையாகப் பதிவு செய்கின்றன லிங்குசாமியின் கவிதைகள்.

'அட... இது நமக்கும் நடந்திருக்கிறதே..!' எனத் தோன்றுகிறது, வாசிக்கிற ஒவ்வொரு கவிதையின் முடிவிலும். உதாரணமாக...

*என்னிடம் கேட்காமல் கடந்து செல்கிறான்
பிச்சைக்காரன்*

என்ற கவிதை, வாசித்த மாத்திரத்தில் சட்டெனச் சிரிப்பை வரவைத்துவிடுவதுடன் நாம் காய்ந்து கிடந்த நாட்களையும் நினைவூட்டுகிறது.

■

கடவுளை, குழந்தைக்கு நிகராகச் சொல்வதுபோல ஒரு படைப்பாளியின் படைப்பு மனமும் குழந்தைமைக்குச் சமமானது. அந்த வகையில் லிங்குசாமியின் கவிதைகளில் வெளிப்படும் 'கவிமனம்' அலாதியானது. சில கவிதைகள், வாழ்வில் நாம் கடந்தாக வேண்டிய கடினமான, எதார்த்த சூழ்நிலைகளை இலகுவாக்குகின்றன. அதே நேரம், ஆழ்ந்த அமைதியையும் தத்துவ விசாரங்களுடனான கேள்விகளையும் நம்மில் எழுப்பிவிடுகின்றன. உதாரணமாக...

*எப்போதும் குடையோடு செல்லும்
தாத்தாவின் இறுதி ஊர்வலத்தில்
நல்ல மழை.*

■

சூழலியல் மீது தனக்குள்ள அக்கறையைப் பிரசாரத் தொனி இல்லாமல் சொல்லிவிடும் லிங்குசாமியின் தேர்ந்த 'கவிநடை'யும் இந்தத் தொகுப்பில் குறிப்பிட்டுச் சொல்லப்பட வேண்டியது. எடுத்துக்காட்டாக...

இப்பொழுதெல்லாம்
ரிங்டோன்களில் மட்டுமே
கேட்க முடிகிறது
குருவிகளின் சத்தம்

இந்தக் கவிதையில் விஞ்ஞான முன்னேற்றத்தால் நாம் பெற்றவைக்கும் இழந்தவைக்கும் இடையிலான முரண் அழகாக வெளிப்படுவதுடன், ஆழ்ந்த ஓர் அமைதி நிலைகொள்கிறது.

இப்படி வாசிக்கச் சில நொடிகளே ஆகும் ஒவ்வொரு கவிதையின் நிறைவும், அடுத்ததுக்கு உடனே செல்ல நம்மை அனுமதிப்பதில்லை. நிதானமாக அசைபோட்டு, நமக்குள்ளாகச் சிலாகித்துச் சிலிர்த்துவிட்ட பிறகே அடுத்த கவிதைக்கு இடமளிக்கிறது நம் தர்க்க மனம். இதுவே, லிங்குசாமியின் - இந்தக் கவிதைத் தொகுப்பின் சிறப்பு!

நட்புடன்
ஷங்கர்

லிங்க சாமியே சரணம்
மகரந்த ஜோதியே சரணம்
சரணம் சரணம் சர்வமும்
காதலின் சமர்ப்பணம்!

கன்னி ராசிக்காரனே - உன்
ஜாதகம் இனி வாசகன் கையில்!

ஜோசியம் பார்க்கும் கிளியின் பெயருக்கே
அட்டை எடுத்துக் கொடுக்கிறது - உம்
கைரேகை வரிகள்!

உன் கறுப்பு-வெள்ளை தாடிக்குப்
பின் இத்துணை 'கலர்'களா?

'சுஜாதா, கவிதா, பத்மா, உஷா, கீதா
இவை எல்லாம் வெறும் பெயர்கள் அல்ல'-வா?
விட்டால்...
ஏகபத்தினி விரதனின் அப்பனாகவே
கோலோச்சி இருப்பாயோ..?

தூரமாய்ப்போன காதல்கள்கூட
பக்கமாய்.... வரும் வண்ணம்
பக்கம் பக்கமாய்க் கிண்டிவிட்டாய்
வர்ணஜாலமாய்!

காதல் கம்யூனிகேஷன்களுக்கு ஊடே
கம்யூனிசமும் கணிசமாய்,
கனிவாய், கவனமாய்...

ஓர் அரிசியின் பாதியில்
எறும்பின் சிரிப்பையும்
மிகுதியில் பாரதியையும் விதைத்தது.

'இஸ்திரி போடா வயிற்றின் சுருக்கம்'
மனிதத்தின் நெற்றியில் சுருக்கமாய்...
TATTOO-வாய்ப் பதிந்தது.

வயிறு முட்டச் சாப்பிட்டிருக்க வேண்டும்
நியூட்டனோடு நீயும்.
ஆப்பிளாய் விழுகிறது தத்துவம்.

'ஆசையாய் வாங்கிய புத்தர் சிலை'
அசோகர் நடாதுவிட்ட
போதி மரமாய் இதில்...
இன்னும்... நிறைய... வாழ்த்துகளோடு...

— இராதாகிருஷ்ணன் பார்த்திபன்

இயக்குநர் லிங்குசாமியின் கவிதை நூல் - ஓவியங்கள், கவிதைகள் எனும் இரண்டு கலை வகைமையை ஒன்றுக்கொன்று தழுவி மகிழும் இணை மலராய் entwined genre ஆக புதிய வழியில் நம்மைச் சிந்திக்கத் தூண்டுகின்றன. 'கதனகுதூகலம்' எனும் கர்நாடக இசை ராகத்தையும் இந்த நூலில் எப்படியோ இணைத்துவிட்டால், கலை உலகில் இந்த நூல் முதன்மை நூலாய்த் தோன்றும்.

இந்த நூலின் ஓவியங்களோ, என்றோ நான் பார்த்து மகிழ்ந்த Jean arp, calder, toulouse lautrec போன்றோரின் ஓவியங்கள் என் முன் இங்கே நினைவுகளாய் இழுத்துப் போட்டு விடுகின்றன. தமிழ்க் கவிதைகள், சங்க காலம் தொட்டு ஈராயிரம் ஆண்டுகளுக்கும் மேலாக தமிழினத்தை ஆட்டிப்படைக்கும் காதல் வேட்டையாய் இன்றும் தொடர்கிறது.

libido, id, ego என்றெல்லாம் செக்ஸ் சார்ந்த உளவியல் கூறுகளை உலவவிட்ட அறிஞர் சிக்மண்ட் ஃபிராய்டு, நம் தமிழினக் காதல் கவிதைகளை ஏனோ அறியாமல் போனார். வாழ்வில் என்றோ மனோலயம் வயப்பட்ட நம் காதல் உணர்வு, இன்றும் ஒரு மனத்தொங்கலை நிகழ்த்திக்கொண்டு இருப்பதை இந்த நூலின் வழியே நாம் அறியலாம்.

– தேனுகா

1993-ம் ஆண்டு, ஒரு வெயில் நாளின் பின்மாலைப்பொழுதில் ஒரு கவிதையோடு லிங்குசாமி எனக்கு அறிமுகமானான்.

18, சாரதாம்பாள் தெரு, சாலிகிராமம் முகவரியில் பக்கத்து அறை நண்பன்.

இலக்கிய நதி பிரவாகம் எடுத்து ஓடும் கும்பகோணம் சொந்த ஊர் என்றான். தி.ஜானகிராமனும், எம்.வி.வெங்கட்ராமும், கு.பா.ரா-வும் நினைவின் நதியில் மிதந்தவண்ணம் இருந்தனர். நீண்ட இரவின் மடியில் நானும் லிங்குசாமியும் இலக்கியம் பேசிய பொழுதுகள், நிலவின் வெண்கீற்றில் வர்ணங்களை வரைந்தவண்ணம் இருக்கும்.

ஆனந்த விகடனின் ஒரு கவிதைப் போட்டிக்கான வார்த்தைகளைத் தேடி மொட்டை மாடியில் பின்னிரவெல்லாம் கவித்துவமானப் படிமங்களுக்குள் ஓர் அருவமாய் உலவிக்கொண்டு இருந்தோம்.

கவிதை மீது இத்தனை ருசிகொண்ட நண்பன், வாழ்க்கை மீது தான் கொண்ட ஆயிரம் பிம்பங்களை அவிழ்த்துவிட்டபடி இருந்தான். சினிமா மீதான பித்தை தன் உடலெங்கும் வடுக்களாய்க் கொண்டவனாய் லிங்கு எனக்குக் காட்சியளித்தான்.

உதவி இயக்குநராக இருப்பது சாகசம். இயக்குநராக ஆவது சர்க்கஸ்ஸில் அந்தரத்தில் விளையாடும் விளையாட்டு. வளையத்தைப் பிடிக்கத் தவறினால் மரணம் நிச்சயம். ஓர் உதவி இயக்குநராக லிங்கு தன் வாழ்வை அடமானம் வைத்து, மரணத்தோடு அந்தரத்தில் மிதந்து வளையத்தைப் பற்றிவிட்டான். லிங்குவின் வெற்றி நேர்மையானது, கவனிக்கத்தக்கது.

ஓர் இயக்குநராக, கமர்ஷியல் இயக்குநராக, வெற்றி பெற்ற தயாரிப்பாளராக ஒரு நீண்ட நெடிய பயணம். இந்தப் பயணத்தின் பின்னிரவுகளில் ஒரு கவிதை சொல்வதற்காக லிங்குசாமியிடம் இருந்து எனக்குக் கைபேசி அழைப்பு வரும்.

'பணம், கடன், வட்டி, அடமானம், ஆடிட்டர், டிஸ்ட்ரிபியூட்டர், எக்ஸிபிட்டர், வெற்றி, தோல்வி, நட்பு, பகை என ஒரு தயாரிப்பாளரின் நெருக்கடியான சூதாட்டப் பணிக்கு இடையே விசித்திரமாக எப்படி இவனால் கவிதை எழுத முடிகிறது!' என்று யோசிப்பேன்.

கவிதை, பிரகாசமாக மின்னும் ஒரு 'சுடர்'. இதை சூறாவளியடிக்கும் அடர்வனத்துக்கு நடுவே காபந்து செய்து, தடையரண்களைத் தாண்டி சுடர் அணையாமல் காலத்தையும் வெளியையும் கடந்து சுமந்து வந்திருப்பது, கர்ப்பப்பையின் பாதுகாப்பில் ஒரு குழந்தை வந்ததைப் போன்று வந்திருக்கிறது, இவன் கைகளில் கவிதை!

இந்தக் கவிதைகள் தந்த அற்புதத்தைவிட, கவிதை எழுதுவதற்கான அபூர்வமான தருணத்தை எறும்புகளை சேகரித்து வைத்திருக்கும் அரிசியைப்போல பொத்திப் பொத்தி வைத்திருக்கும் இந்த அழகான கவிஞனின் மென் இதயம் பாராட்டுக்குரியது.

அது என்ன
அந்தப் புறா
சொல்லிவைத்த மாதிரி
உன் வீட்டுக்கும் என் வீட்டுக்குமாய்ப் பறக்கிறது?

இஸ்திரி போடும் தொழிலாளியின்
வயிற்றில் சுருக்கம்

அந்த
அடுக்குமாடிக் குடியிருப்பில்
நீ எந்த வீட்டில் இருக்கிறாய் என்பதை
கூப்பிட்டுச் சொன்னது
உன் கத்திரிப் பூ துப்பட்டா

இந்தக் கவிதைகளை 'ஒற்றைப்படிம கவிதைகள்' அல்லது 'நேர் கவிதைகள்' என்றே கூறலாம். கவிதைத் தோன்றிய அந்தத் தருணத்தை அப்படியே பதிவு செய்தவை, அந்தத் தருணத்தைத் தாண்டியும் செல்லவில்லை, நீட்டிக்கவும் இல்லை. உயர் கவித்துவப் படிமத்தோடு கவிதை முடிந்துவிடுகிறது.

திரைப்படத்தில் இந்தக் கவிதைத் தரும் நாடகத் தன்மையை அல்லது காட்சியை அல்லது படிமத்தை நாங்கள் 'montages' என்று கூறுவோம்.

ஒரே Shot-க்குள் குடும்பத்தின் சந்தோஷமான தருணத்தை, காதலின் வெவ்வேறு படிநிலைகளை, தனி மனிதனின் வளர்ச்சியைக் கூறும் காட்சிகளோடு கலந்த பாடலாக இருக்கும்.

திரைப்படக் கல்லூரியின் பயிற்சி வகுப்புகளில், 'ஒரே ஸ்டில்லில் ஒரு கதையைப் பதிவு செய்யுங்கள்' என்பார்கள். அதுபோன்ற படிமங்களை இந்தக் கவிதைகள் கொண்டுள்ளன.

மொட்டைப் பனைமரத்தில்
தோகை விரித்தபடி
மயில்

இந்தக் கவிதைத் தரும் காட்சி, இன்பம் அலாதியானது. நாம் சாதாரணமாக கடந்துபோகும் நிலக்காட்சியில் தன் கனவிலோ, நிஜத்திலோ பார்த்த பிம்பத்தை தன் மந்திர மொழியால் பெரியதொரு நெகிழ்வை உண்டு பண்ணுகிறான். கரிசல் காடுகளில் காணக் கிடைக்கும் நிலக்காட்சியில் இந்தக் கவிதையின் நம்பகத்தன்மை உள்ளது. தோகை விரித்தபடி மயில் நிற்கிறதென்றால் கவிஞன் கார்மேகம் சூழ்ந்ததையும் ஊடாக விரிக்கிறான்.

சுமைதாங்கிக் கல்லை
கடந்து செல்கிறாள்,
கர்ப்பிணிப் பெண்

இந்தக் கவிதைகள், தனிப்பட்ட ஒருவனின் ஆழ்மனச் சிதறல்கள் நிறைந்துகிடக்கும் டைரிக் குறிப்புகள் அல்லது டைரிக் கவிதைகள் என்று சொல்லலாம்.

மயானக் கூரையின் மேல்
காக்கையின் சத்தம்
யார் வரப்போகிறார்கள்

காற்றில் மிதந்து வந்த மகரந்தம் ஒன்று பூவில் விழுந்து கனியாவதைப் போல, இந்தக் கவிதைகள் தொடர் கவிதை வாசிப்பில் இவை படிப்பவனின் நினைவு அடுக்குகளில் நல்ல நினைவாக சேகரமாகியபடியே இருக்கின்றன. அதுவே நல்ல கவிதைக்கு அடையாளமாகப் பார்க்கிறேன்.

ஒரு சிங்கத்தைக்
காதலித்திருந்தால்கூட இந்நேரம்
சொல்லியிருப்பேன்

என்னே ஓர் அழகான, கம்பீரமான சொல்லாடல். சிங்கத்தை அடக்கிவிடும் வீரன், காதல்முன் தோற்று நிற்பதை இதைவிட எளிமையாக, குறைவான சொற்களுடன் வெளிப்படுத்திவிட முடியுமா?

கிட்டத்தட்ட 22 காதல் கவிதைகள் இதில் உள்ளன. வெவ்வேறு நிலக்காட்சியில் இருக்கும் பெண்கள் லிங்குவைக் கவர்ந்திருக்கிறார்கள். பக்கத்துவீட்டுப் பெண்ணில் துவங்கி, கோயிலுக்குப் போகிற பெண், பள்ளித் தோழி, வழி கேட்டுச் செல்லும் பெண், டூ வீலரில் செல்லும் பெண், அடுக்குமாடிக் குடியிருப்பில் வசிக்கும் பெண் என நீண்ட பட்டியல். லிங்கு ஒரு பெருங்காதலன்!

இந்தக் கவிதைகள், வாழ்வில் அபூர்வமாக நிகழ்ந்த அதிசயமான காதல் நிகழ்வுகளையும், காதலின் சில நுட்பமான புள்ளிகளையும் தொட்டுச் செல்கின்றன. தேர்ந்த ஒரு காதலனின் கண்களின் வழியாகவும், ஆழமான ரசிகனின் இதயத்தின் வழியாகவும் இந்தக் கவிதைகள் ஊடுருவி வருகின்றன.

ஆசையாய் வாங்கினேன்
புத்தர் சிலை...

தன் மனதில் பட்டதை படிமங்களுடன் வலிமையாக பளிச்சென்று லிங்கு வெளிப்படுத்துகிறான். அதுவே இந்தக் கவிதைகளின் முகமாகப் பார்க்கிறேன்.

கோலம் போடத் தேவை இல்லை
வாசல் முழுக்க
உதிர்ந்து கிடக்கின்றன
பூக்கள்

தினசரி வாழ்வில் கண்ட சாதாரண தருணங்களை, எளிய உண்மைகளை கவிதைப் படிமங்களுடன் தரிசனமாக லிங்குசாமிக்கு விரிக்கத் தெரிந்திருக்கிறது.

இன்னும் கட்டிமுடிக்கப்படவில்லை வீடு
அதற்குள் குடிபுகுந்துவிட்டன
குருவிகள்

இந்தக் கவிதைகள் எல்லாம் உண்மைகளின் தொகுப்பு என்று கூறலாம்.

அசோகர் இத்தனை மரங்களை நட்டார்,
அதில் ஒன்றுகூட போதிமரமில்லையா..?

ஒரு கவிதை என்பது, எத்தனை பிரமாண்டமானது, எத்தனைத் தத்துவார்த்தமானது, எத்தனைக் கவித்துவமானது என்பதை வைத்தல்ல அதை தரம் பிரிப்பது; அதன் ஒரு துளியில் வாழ்வியல் தரிசனம் இருக்கிறதா என்று பார்ப்பதில்தான் அந்தக் கவிதையின் உயிர் இருக்கிறது.

அப்படிப் பார்க்கையில் இந்தக் கவிதையின் அத்தனை துளிகளிலும் வாழ்க்கை இரண்டறக் கலந்திருக்கிறது.

வாழ்த்துகள்,
வசந்தபாலன்

லிங்குசாமி பற்றி 'ஒன் லைன்' சொல்ல வேண்டுமென்றால், ரகளை ரசனைக்காரர்... கவிதை மனசுக்காரர்.

பீக் ஹவர்ஸ் டிராஃபிக்கில் அரைபாடி வண்டியில் ஈரம் கசியும் பூந்தொட்டிகளோடு நிற்பவரைப் போலத்தான் இருக்கிறார் கவிஞர் லிங்குசாமி.

சினிமா, இயக்குநர், தயாரிப்பாளர் என்ற சிக்னல்கள் மாறி மாறி விழும்போதும் பூந்தொட்டிகளோடு டிராஃபிக்கில் புகுந்துவருகிற கவிஞனாகவே தன்னை வெளிப்படுத்தும் அந்தப் பிரியமான பிடிவாதம்... பிரமாதம்.

ஏவி.எம். ஸ்டுடியோவுக்குள் 'ஆனந்தம்' முடித்துவிட்டு நின்ற லிங்குசாமியை சந்தித்த கணம் சண்டை போட்டது இருவருக்குமே இன்றும் நினைவில். எப்போதாவது சொல்லிச் சிரிப்போம். ஒரு சிறு நகரத்திலிருந்து எளிய குடும்பத்திலிருந்து முதல் தலைமுறையாக முளைத்து வந்த என்னைப்போல ஓர் இளைஞன் மேல், கலைஞன் மேல் சட்டென்று நட்பு பூத்தது. அப்போது கண்களில் நட்பும் தேடலுமாகப் பார்த்த லிங்குசாமி, இப்போது எனக்கு அன்பான லிங்கு.

அவருடனான எனது நட்பு, அழகான பயணம். ஜன்னலில் அவர் அவ்வப்போது காட்டுகிற கவிதைகள், நான் விரும்பி ரசிக்கும் விஷுவல்கள்.

அரிதான சந்திப்புகளில் அவரது அலுவலகம் சென்றால், அது அரசவை மாதிரி இருக்கும். அங்கே கவிஞர்கள்தான் அரசர்கள். லிங்குசாமி ஒரு கவிதை சொல்வார், பிருந்தா ஒரு பஞ்ச் டயலாக் அடிப்பார், இரண்டே வரிகளில் நா.முத்துக்குமார் அசத்திச் சிரிப்பான். கிரீன் டீ கொடுத்துக்கொண்டே ஆபீஸ் பாய் ஒரு பல்லவி சொல்வார், ஸ்பீக்கர் போனில் அறிவுமதி அண்ணன் ஹைகூ சொல்வார் என ரகளையான அனுபவங்கள்.

இந்தத் தொகுப்பில் இருக்கிற கவிதைகள் எல்லாம் அவ்வப்போது லிங்கு எனக்கு வாசித்துக்காட்டியவை; சரிபாதி விகடனில் வந்தவை. எனக்கு ஆச்சர்யம்... ஓவியர் லிங்குதான்.

அபோதாபாத் பின்லேடன் மாதிரி இவருக்குள் இப்படி ஓர் ஓவியர் ஒளிந்திருப்பது இப்போதுதான் தெரியும்.

லிங்குவின் வண்ணங்களாலும் நிறைந்துவிட்டது இந்த நாள்.

'இன்று நான்
காக்கைக்கு விசிறிய அரிசி
பாரதி விதைத்தது'

- என்ற கவிதை மறுபடி மறுபடி மனதில் டியூன் ஆகிக்கொண்டே இருக்கிறது.

விதைப்பதுதான் பெரிய வேலை, பேரனுபவம், ஆத்மதிருப்தி.

இன்று இந்த எழுத்தெல்லாம் லிங்குசாமி விதைத்தவை... நாளை விசிறுவதற்கு வரும் வேறு வேறு கைகள்.

அன்பும் நட்பும்.

— ரா.கண்ணன்

நல்ல படைப்புகளையும் அதை வாசித்து விவாதிக்கும் நண்பர்களையும் தேடி அலைந்த காலம் அது. அப்போது கவிதைகளுடன் அதே பசியோடு அலைந்த லிங்குசாமியைச் சந்தித்தேன். உண்மையில், அவரைப் பார்ப்பதற்கு முன்பே அவரை எனக்குப் பிடித்துவிட்டது.

கும்பகோணம் அரசு ஆடவர் கல்லூரியில், என் தமிழ்ப் பேராசிரியர் ஞானசேகரன் அவர்களை சந்திக்கப் போயிருந்தபோது, கல்லூரி ஆண்டு மலருக்காக ஒரு கவிதையைக் கொடுத்துவிட்டுப் போயிருந்தார், லிங்கு.

'கணவனுக்குத் தெரியுமா கற்பூர வாசனை?' - இதுதான் தலைப்பு. அந்த வரியின் பொறி, அவர் யார் என்று விசாரிக்க வைத்தது. பின் 'புதிய முகவரிகள்' என்ற சிறு கவிதைத் தொகுப்போடு சந்தித்தார்.

அவரது பேச்சில் இருந்த காந்தம் என்னை ஈர்த்தது. அது இன்றுவரை தொடர்கிறது. 20 ஆண்டுகள் கடந்த பின்னும், தினமும் பேச புதிய விஷயங்கள் இருக்கத்தான் செய்கின்றன.

ஆரம்பித்த கவிதையை வழியிலேயே விட்டுவிட்டு வராமல், இயக்குநர் ஆன பிறகும் அழைத்துக்கொண்டே வருகிறார், அதுதான் படைப்பு மனம்.

வெறும் வியாபாரம், புகழ் மட்டும் அல்ல... படைப்பை விரும்பும் மனதுக்குக் கிடைக்கும் சன்மானம், அது தரும் பரவசம். அதை அனுபவிக்கவே சினிமாவைத் தாண்டியும் இதுபோன்ற கவிதைகளை எழுதி வருகிறார் என நினைக்கிறேன்.

வெறும் நட்பின் காரணமாக இந்தக் கவிதைகள் என்னை ஈர்க்கவில்லை. பல கவிதைகள் தர வரிசையில் இடம்பெறக்கூடியவை. மொழிபெயர்ப்பிலும் கவிதையின் கூறுகள் கெடாமல் மிளிரக்கூடியவை. பார்வை, கவனிப்பு, தரிசனம் என்ற மூன்று நிலைகளின் அடையாளமாக இந்தக் கவிதைகள் விளங்குகின்றன.

கவிதைத் தாண்டி அவருக்குள் இருக்கும் இன்னொரு கலைஞனை அவரது செல்போன் வெளிக்கொண்டு வந்திருக்கிறது. அவருக்குள் ஓர் ஓவியன் இருப்பதை நான் ஓர் இன்ப அதிர்ச்சியோடு ரசித்தேன்.

அவரது திரைப்படங்களைப் பார்த்தவர்களுக்குத் தெரியும், அவரது படைப்புலகம்; கொண்டாட்டம். அது அவரது ஓவியங்களில் இன்னும் தெளிவாகவே தெரிகிறது.

வண்ணங்களின் விளையாட்டுடன் தொடர்கிறது, வாழ்க்கை விளையாட்டு.

20 வருடங்களுக்கும் மேலாகத் தொடரும் நட்பின் ஆழத்தில் இருந்து அவர் இன்னும் பல புதிய உயரங்களைத் தொட வாழ்த்துகிறேன்.

அன்புடன்
பிருந்தாசாரதி

ஒரு கோப்பைத் தேநீர்

கடவுளும் கவிஞர்களும் ஒன்றாய்ச் சந்திக்க வந்தால், ''முதலில் கவிஞர்களை உள்ளே அனுப்பு, கடவுளை அப்புறம் சந்திக்கலாம்'' என்று சொல்கிற கவிதை மனசுக்காரர் இயக்குநர் லிங்குசாமி. தன் அலுவலகத்தின் வரவேற்பறையில் ஒரு கரும்பலகையை மாட்டி 'தினம் ஒரு கவிதை' என்று தலைப்பிட்டு, சினிமாக்காரர்களையும் சிற்றிதழ்களில் வந்த கவிதைகளை நேசிக்கவைத்தவர்.

நான் படித்து ரசித்த கவிதைகளை நானும், தான் படித்து ரசித்த கவிதைகளை அவரும், பரஸ்பரம் நேரிலோ தொலைபேசியிலோ பகிர்ந்துகொண்டு, கடந்த 15 ஆண்டுகளின் பல இரவுகளுக்கு விடை கொடுத்திருக்கிறோம். பறவைகளின் சத்தங்களுடன் பல அதிகாலைகளை வரவேற்றிருக்கிறோம்.

''தெற்கு மாட வீதி திரும்புற சந்துல ஒரு டீக்கடைல மெதுவடை போடுவான். பச்ச மொளகாவ துண்டு துண்டா நறுக்கி, காரம் தூக்கலா, தேங்கா சட்னியோட.... அய்யோ அமிர்தம்யா அது'' என்றும்; ''டெல்லிக்குப் போனா பால்மாறாம ஒரு எட்டு ஹரித்துவார் போயிட்டு கங்கைல கால் நனச்சிட்டு வந்துடு. அந்தப் பிரவாகமும், பாதத்தில் குறுகுறுக்கிற சில்லிப்பும் அனுபவிச்சாதான் தெரியும்.

இமயம்னா அது!'' என்றும்; ''நேத்து சிக்னல்ல காத்துக்கிட்டிருந்தப்போ வாகனங்களுக்கு நடுவுல ஒரு மாட்டுவண்டி. வண்டி முழுக்க தொட்டிகள்ல விதவிதமான ரோஜாச் செடிங்க. இந்த மாநகரத்து நெரிசல்ல இப்படிப்பட்ட காட்சிகள்தான் நம்மை உயிர்ப்போட வைக்குது. அப்படியே செல்லுல வீடியோ எடுத்திருக்கேன். நீயும் பாரேன்" என்றும் ரசனையோடு பேசுகிற மனிதர்களும், அதை ஆவலோடு கேட்கிற மனிதர்களும்தான் காற்றில் இன்னும் ஈரப்பதத்தை மிஞ்ச வைத்துக்கொண்டிருக்கிறார்கள்.

நானும் இயக்குநர் லிங்குசாமியும் சொல்கிற மனிதர்களாகவும், அவ்வப்போது கேட்கிற மனிதர்களாகவும் இருப்பதால் எங்கள் தோட்டத்தில் தினந்தோறும் கவிதை மழை!

இந்தத் தொகுப்பில் உள்ள அநேக கவிதைகள் கருவானபோதும், வார்த்தைகளின் விரல் பிடித்து உருவானபோதும், நான் அருகில் இருந்திருக்கிறேன் அல்லது கர்ப்பச் சூட்டோடு சொல்லக் கேட்டிருக்கிறேன்.

இயக்குநர் லிங்குசாமி எழுதிய ஹைக்கூ கவிதைகள் என்பதால் இந்தத் தொகுப்புக்கு தலைப்பு 'லிங்கூ'. ஹைக்கூவானால் என்ன, லிங்கூவானால் என்ன, குயில் எப்போதும் 'கூகூ' என்றுதான் கூவும். அந்த இசையில் தவழும் ஏகாந்தம் போதும் நமக்கு.

ஹைக்கூ ஒரு கண்ணாடி. அதன் வரிகளுக்கும் காட்சிப் படிமங்களுக்கும் இடையே ஒளிந்திருக்கும் சொல்லப்படாத வார்த்தைகள், நமக்கு ஒவ்வொரு வயதிலும் ஒவ்வொரு தோற்றத்தைக் காட்டுகிறது.

ஹைக்கூ ஒரு பாம்புரித்த சட்டை. கட்டம் கட்டமாய் வெயிலில் மினுங்கும் அந்தச் சட்டைக்குள் ஒரு பாம்பு வாழ்ந்த அச்சத்தின் தடம். அந்தத் தடத்தைத் தொடர்வதே வாசக அனுபவம். "பாஷை என்பது வேட்டை நாயின் கால்த்தடம் போன்றது. அந்தத் தடத்தை நாம் உற்றுப் பார்த்துக்கொண்டிருக்கையில், அது வெகுதூரம் சென்றிருக்கும்'' என்று சுந்தர ராமசாமி 'ஜே.ஜே. சில குறிப்புகள்' நாவலில் சொன்னது ஹைக்கூவுக்கும் பொருந்தும்.

ஹைக்கூ எழுதவும் படிக்கவும், ஒரு ஜென் மனநிலையைக் கோருகிறது. தன் வாழ்நாள் முழுவதும் காடுகளிலும் மலைகளிலும் சுற்றித் திரிந்த ஹைக்கூவின்

பிதாமகன் பாஷோ, தனது வாழ்க்கை வரலாறான 'Travelling through a narrow crooked path' நூலில், "பைன் மரத்திலிருந்து பைனையும், மூங்கில் மரத்திலிருந்து மூங்கிலையும் கற்க வேண்டும். அதுதான் சிறந்த ஹைக்கூ." என்பார்.

பாஷோ போலவே ஹைக்கூவை பிரபலப்படுத்திய மாரி டாக்கே (1473-1549), சோகன் (1465-1553), யோசா பூசன் (1716-1784), கோபாயாஷி ஐசா (1765-1826), மாசாகோ ஷிகி (1867-1902) போன்ற ஹைக்கூ கவிஞர்கள் ஜென்னாக இருந்து, ஜென்னாக உணர்ந்து ஹைக்கூவாக வாழ்ந்து கொண்டிருப்பவர்கள்.

ஹைக்கூ என்பது, நெடுஞ்சாலை வேலியோரத்தில் வீசப்பட்டு காற்றில் படபடக்கும் பாலிதீன் பைகளின் துடிதுடிப்பல்ல; அது சாலையோரத்தின் சரளைக் கற்களில் இடம் பெயர்ந்திருக்கும் மலைகளின் மௌனம்!

நண்பர் இயக்குநர் லிங்குசாமியின் இந்தத் தொகுப்பில் நிறைய கவிதைகளில் அத்தகைய மலைகளின் மௌனத்தை உணர முடிகிறது.

வயல் முழுக்க வண்ணத்துப்பூச்சிகள்
என்ன செய்ய
களை பறிக்க வேண்டும்

கவிதையின் பின்னணியில் ஒரு பனி படர்ந்த வயலும்; பசிக்கும் ரசனைக்குமான போராட்டமும் காட்சிகளாகி விரிகின்றன.

மொட்டைப் பனை மரத்தில்
தோகை விரித்தபடி
மயில்

மேற்கண்ட கவிதையைப் படிக்கையில், நம் மனதிலும் தோகை விரிக்கிறது ஒரு மொட்டைப் பனை மரமும் மயிலும்.

இன்னும் கட்டி முடிக்கப்படவில்லை வீடு
அதற்குள் குடிபுகுந்துவிட்டன
குருவிகள்

இந்தக் கவிதையில், மனிதனுக்கும் இயற்கைக்குமான நட்பும் நேசமும்.

ஞாபகத்திற்கு வராத
எல்லாப் பெயர்களும்
நல்ல பெயர்கள்தான்

ஞாபகத்துக்கு வந்துகொண்டே இருக்கும் பெயர்களை இந்தக் கவிதை ஞாபகப்படுத்துகிறது.

இப்படி நிறைய கவிதைகளைச் சொல்லிக்கொண்டே செல்லலாம். நான்கைந்து பூக்களின் வாசம் போதாதா தோட்டத்தின் நறுமணத்தைச் சொல்ல!

இந்தத் தொகுப்பின் மூலம் ஓவியராகவும் வடிவெடுத்திருக்கிறார் இயக்குநர் லிங்குசாமி. ஓவியத்துக்கு கவிதை எழுதுவதும்; கவிதைக்குப் பக்கத்தில் ஓவியம் வரைவதும்; ஜென் மரபின் தொடர்ச்சி. கூடவே ஜன்னல் ஓர மழையும், ஒரு கோப்பைத் தேநீரும் இருந்துவிட்டால், ஆஹா..! அதுதான் ஆனந்தம். ஒரு கோப்பைத் தேநீரோடு இந்தத் தொகுப்பை வாசியுங்கள்.

நண்பர் லிங்குசாமிக்கு என் வாழ்த்துகள்!

அன்புடன்,

நா.முத்துக்குமார்

தூரத்தில் யாரோ இருமும் சத்தம்
இறந்துபோன அப்பாவை ஞாபகப்படுத்துகிறது

– இப்படித்தான் அவ்வப்போது எங்கள் நினைவுகளை கலைத்துப் போட்டுவிடுவார் லிங்குசாமி சார்.

அதிகாலையிலோ பின்னிரவிலோ அவரது அலைபேசி வந்தால், சில கவிதைகள் கிடைக்கும்.

விடிந்தும் அணைக்கப்படாத சோடியம் விளக்குகளாக அன்றைக்கெல்லாம் அவை கண்சிமிட்டிக்கொண்டே இருக்கும். நானும் சாரும் ஒரே ஊர்க்காரர்கள். அவர் படித்த பள்ளிக்கூடத்தில்தான் நானும் படித்தேன்.

''அமித்தீஸ்வரமா நீங்க. மஞ்சக்கொடிலதான் படிச்சீங்களா? செல்லூர்லோர்ந்து ஒரு புள்ள சைக்கிள்ல வருமே... ரெட்டை ஜடை போட்டுகிட்டு... நெல்லுக் கடைக்காரர் வீட்டுப் பொண்ணு... கவிதாதானே பேரு'' என சார் கேட்டபோதே, அவர் என் மனதில் கவிஞர் ஆகிவிட்டார்.

ஒருமுறை பேசிக்கொண்டு இருந்தபோது, "கும்பகோணம் மகாமகத்துல சுவர் விழுந்து, கூட்டத்துல நெறையப் பேர் செத்தாங்களே... அன்னைக்கு அங்கதான் இருக்கேன்.

என்னமோ தெரியல பயங்கரக் கோவமாயிடுச்சு. கையில கெடச்ச கட்டைய எடுத்துக்கிட்டு அங்க இருந்த சாமி கீமியெல்லாம் அடிச்சு ஒடைக்கப் போயிட்டேன். மனித உயிருக்கு மேல என்னங்க இருக்கு?'' என அவர் சொன்னபோது இருந்த கோபமும் மனிதமும்தான்... அவரை கவிஞனாக, காதலனாக, ஓவியனாக மாற்றியிருக்கிறது.

எங்களைப் போன்ற உதவி இயக்குநர்களுக்கு அவர், வேலையை மட்டுமா கற்றுத்தருகிறார். கூடவே வாழ்க்கையை, ரசனையை, நம்பிக்கையையும்!

அவரோடு இருக்கும் தருணங்களில் எல்லாம் வாழ்வின் மீதான நமது நம்பிக்கையும் அழகியலும் அதிகமாகிக்கொண்டே இருக்கும். அவரது எல்லாக் கவிதைகளிலும் அதுதான் நிரம்பிக்கொண்டே இருக்கிறது.

மொட்டைப் பனைமரத்தில் தோகை விரித்த மயிலைப் பார்ப்பதற்கு எவ்வளவு பெரிய மனசு வேண்டும்.

ஆண் தெய்வங்கள் வைத்திருக்கும்
அத்தனை ஆயுதங்களையும்
ஒருசேர வைத்திருக்கிறாள் காளி

– என்ற கவிதையை கேஷுவலாக போனில் சொல்லிச் சிரித்தார் ஒரு பொழுது. அந்த விஷுவலுக்குப் பின்னால் புதைந்துகிடக்கிற அர்த்தம் என்னை விரட்டியது நாளெல்லாம்.

இப்போது, 'திருப்பதி பிரதர்ஸ்' அலுவலக வாசலில் நாலைந்து கார்கள் நிற்கின்றன. வரவேற்பறையில் நிறையப் பேர் காத்திருக்கிறார்கள். மேலே பரபரப்பான அறைக்குள் சதா அலறிக்கொண்டே இருக்கிறது மொபைல். ஆனால், இவ்வளவையும் தாண்டி ஏதோ ஒரு பேருந்தின் கடைசி இருக்கையிலிருந்து தொடர்ந்து வரும் விசும்பல் சத்தம் லிங்குசாமி சாருக்கு கேட்டுக்கொண்டே இருக்கிறது!

– ராஜுமுருகன்

பூனையே கட்டிக்கொண்ட மணி

'என் லிங்குசாமி...' என்று இந்தப் பத்தியைத் தொடங்குவது, வேறு எவரைவிடவும் எனக்கே பொருத்தமானதாக இருக்கும். காரணம், லிங்குசாமியின் கவிதை ஆற்றலைக் கண்டு கொண்ட அநேகருக்கு மத்தியில், என் கவிதைக்கு வாசலாகவும் வாய்ப்பாகவும் அமைந்தவர் அவர் என்பதால், 'என்.லிங்குசாமி' என்ற அவருடைய தலைப்பெழுத்து என் தலையெழுத்தைத் தீர்மானித்ததாகக் கருத இடம் உண்டு. இன்று அவருடைய கவிதைகள் தொகுப்பாக வந்திருக்கிறது. வெறுமையும் விட்டேத்தியும் சூழ்ந்த சந்தர்ப்பங்களில் என்னைக் கவிதை வாசனையோடு நடமாட வைத்த வெகு சிலரில் லிங்குசாமியும் ஒருவர் என்று, இந்தத் தொகுப்பை முன்வைத்துச் சொல்லலாம்.

வயல் முழுக்க வண்ணத்துப் பூச்சிகள்
என்ன செய்ய
களை பறிக்க வேண்டும்

- அவர் எழுதுவதற்கும் சொல்வதற்குமான இடைவெளியில், அவருடைய வண்ணத்துப் பூச்சிகள் நம் தோளில் அமர்ந்து வண்ணங்களை ஒட்டிவிட்டும் கொட்டிவிட்டும் எங்கேயோ பறந்துவிடும்!

*ஆண் தெய்வங்கள் வைத்திருக்கும்
அத்தனை ஆயுதங்களையும்
ஒருசேர வைத்திருக்கிறாள் காளி*

பெண்கள், ஆயுதங்களைக் காட்டிலும் அன்பால் நம்மை தண்டித்துவிடுகிறார்கள் என்று சொல்லாமல் சொல்லும் இந்த வரிகள், ஓர் இரவு முழுக்க என்னைத் தூங்கவிடாமல் செய்தன.

*வயிறு முட்ட சாப்பிட்டிருந்திருக்க வேண்டும்
ஆப்பிள் விழுந்த கணத்தில்
நியூட்டன்*

வாடிய பயிரைக் கண்டபோதெல்லாம் வாடிய வள்ளலாரைவிடவும் நியூட்டனை இவர் பார்த்திருக்கும் விதம் பரிகாசத்துக்கு அப்பாலும் விகசிக்கும் கவிதைப்பாங்கு.

*எந்தப் பென்சிலையும்
முழுதாக எழுதித்தீர்த்த
ஞாபகம் இல்லை எனக்கு*

அவருக்கு மட்டுமல்ல எழுதிக்கொண்டு இருக்கும் எல்லோருக்கும் அப்படித்தான். ஒரு பென்சிலுக்கு பின்னால் எழுத்து மட்டுமல்ல உழைப்பும் இருக்கிறது. ஒரு பென்சிலுக்கு பின்னால் கூர்மை மட்டுமல்ல குறிக்கோளும் இருக்கிறது. 'பூனைக்கு யார் மணி கட்டுவது?' என்று ஊரில் சொல்வார்கள். தொகுப்பு மணியை இப்போது பூனையே (அதாவது கவிதைப் பூனையே) கட்டிக்கொண்டது. அதிலிருந்து வரும் ஓசைகள், அதன் இருப்பையும் இயல்பையும் காட்டும். கவிஞர் சுரதா சொல்வதைப்போல, ஒரு நல்ல குழந்தையைக் கொஞ்சிக் கொஞ்சியே கொன்றுவிடக் கூடாது. ஆனாலும், மனசு அடங்கவில்லை. யாருக்கும் தெரியாமல் திருட்டு முத்தமிட அலைகிற காதலனைப்போல இறுக ஒருமுறை இந்தக் கவிதைகளை அணைத்துக் கொள்கிறேன்.

'வார்த்தைகளைவிடவும் வாழ்க்கை அழகு!' என உணர்ந்த லிங்குசாமிக்கு, என் பிரியமான வாழ்த்துகள்.

உன்மத்தம் தெளிந்த மனநிலையோடு இந்தக் கவிதைகளை அணுகுங்கால், 'என் லிங்குசாமி' எல்லோருக்கு மான லிங்குசாமியாக மாறிவிட்டார் என்பதுதான் இந்தப் பத்தியில் நான் முடிக்கும் கடைசி வாக்கியம்.

நிறைந்த இதயத்துடன்,
யுகபாரதி

திரு. லிங்குசாமி அவர்களுக்கு,

தாங்கள் அனுப்பியிருந்த 'லிங்கூ' கவிதை புத்தகம் கிடைத்தது. மிக்க நன்றி.

'லிங்கூ' ஒரு அருமையான படைப்பு. தங்கள் தமிழ்ப்பணி வளர என் வாழ்த்துக்கள்.

அன்புடன்
ஆ.ப.ஜெ.அப்துல்கலாம்

24.11.14

அன்புள்ள நண்பர் லிங்குசாமி அவர்களுக்கு,

உங்கள் 'லிங்கூ' கவிதைத் தொகுப்பு கண்டேன்.

கவிதை மனமும் கலைமனமும் இணைந்த கலவையாய் வசியப்படுத்தும் வண்ணத்தில் அழகிய வடிவமைப்பில் தேர்ந்த முத்துக்களாய்த் தொகுத்திருக்கும் நேர்த்திக்குப் பாராட்டுக்கள்.

சில கவிதைகள் சிறுகதைகள்; சில கவிதைகள் பொறுக்கு மணிகள். அழகியல் குன்றாமலும் காதல், தத்துவ, சமூக உணர்வுகளுக்குக் குறைவில்லாமலும் படைத்திருக்கிறீர்கள்.

தொகுப்பைப் புரட்டியபோது நான் ரசித்த கவிதைகள்:

"ஆசையாய் வாங்கினேன் புத்தர் சிலை / பூச்சி மருந்தில் பூச்சி உயிரோடு / அசோகர் இத்தனை மரங்களை நட்டார் அதில் ஒன்றுகூட போதி மரமில்லையா? / என்னிடம் கேட்காமல் கடந்து செல்கிறான் பிச்சைக்காரன் / இப்போதெல்லாம் ரிங்டோன்களில் மட்டுமே கேட்க முடிகிறது குருவிகளின் சத்தம் / இஸ்திரி போடும் தொழிலாளியின் வயிற்றில் சுருக்கம் / இன்று நான் காக்கைக்கு விசிறிய அரிசி பாரதி விதைத்தது" இவை மனதில் நிற்கும் வரிகள்.

ஒரு நல்ல இயக்குநராக அறியப்பட்ட நீங்கள் கவிஞராக அறியப்படாமல் போனது ஆச்சரியமில்லை. சூரியனைவிட நட்சத்திரங்கள் பெரிதென்று பலர் அறியாதிருப்பது போலவே.

வாழ்த்துகள்
வைரமுத்து

ஒரு கடிதம்

அன்புமிக்க தம்பி திரு. லிங்குசாமி அவர்களுக்கு வணக்கம்.

எங்கள் திருநெல்வேலி வீட்டில், என் பால்ய காலத்தில் சமையல் வேலை பார்த்த ஆச்சி, வீட்டின் ஒரு பகுதியில் இருந்த சிறிய குச்சு வீட்டிலேயே வசித்து வந்தாள். நான் அவ்வப்போது ஆச்சி வீட்டுக்குப் போவேன்... வீட்டை சுத்தமாக வைத்திருப்பாள். ஆனாலும் நான் நுழைந்து விட்டால்... அவளது பெரிய மரப்பெட்டி ஒன்றை மீண்டும் மீண்டும் துடைத்து 'உக்காரு ராசா' என்று உபசரிப்பாள்... கைச்சுற்று முறுக்கு எப்படியும் இருக்கும், இரண்டைத் தந்து தின்னாமல் செல்லவிடமாட்டாள். அந்த உபசரிப்பை விட நான் அழுக்காகாமல் இருக்க வேண்டுமே என்றுதான் அவள் கவனமெல்லாம் இருக்கும்.

உங்கள் புத்தகம் என் வீட்டில் நுழைந்த நொடியிலிருந்து அதை அழுக்காகாமல் பாதுகாக்கிற எண்ணம் மேலோங்கி விட்டது. அவ்வளவு அழகான தயாரிப்பு. அழகான ஓவியம். அற்புதமான கவிதைகள். "கலைகளிலே அவள் ஓவியம்...." என்கிற கண்ணதாசன் வரிகள் கேட்ட காலத்திலிருந்தே ஓவியர்கள் மீது பிரியம் கலந்த பொறாமை உண்டு. உங்கள் தன்னுரையில் நீங்கள் சொல்லியிருப்பதுபோல் ஓவியங்களை உருவாக்கும்போது, உங்கள் மனது ஒரு பறவையாக மிதப்பதை உணரமுடிகிறது. தேனுகா

சொல்லியிருப்பதுபோல் எழுதுகோலும் எண்ணங்களும் ஒருபுறமும் தூரிகையும் வண்ணங்களும் ஒருபுறமாக உங்கள் கவிதை நூல், entwined genre ஆக, உயர உயரச் சிறகடிக்கிறது.

அது 1970. ‘கசடதபற’ என்ற இதழில் ஒரு ஹைகூ கண்ணுக்குத் தென்பட்டது.

நாற்று நடும்
பெண்கள் பாடும் பாட்டில்
மட்டும்தான் சேறு
பட்டிருக்கவில்லை. (கொனிஷ் ரைஸான்)

(women planting rice....
Ugly every bit
About them
But their ancient songs)

அப்படியே எங்களையெல்லாம், எங்கள் கவிதைகளை யெல்லாம் தூக்கிப்போட்டது இந்த ஒரு கவிதை. பல கவிதைகளை எழுதிப் பார்த்தேன்...

தூசிக்குப் பயந்து
வாயும் கண்ணும்
மூடிக்கிடக்கும்
களத்து மேட்டுத் தொட்டில்
பிள்ளைகளின்
கனவெல்லாம் வண்ணாத்திப் பூச்சி

......

எல்லா வண்ணத்துப் பூச்சிகளும்
செத்துச் சருகான பின்
இவள் என் பூந்தோட்ட வாசலில்
ஈரக் கூந்தலுடன்...

.....

நீ சிரிக்கையில் நடக்கும்
திருவிழாக்களில் நான்
வழிதப்பும் குழந்தையாகிறேன்.

என்றெல்லாம் எழுதினேன்.. நிறைய பாராட்டுகளும் வந்தன. ஆனால் அந்த ஒரு ஜப்பானிய ஹைகூ கவிதைதான், கேரட்டாக முன் தொங்கிக்கொண்டிருந்தது. நான் அதை நோக்கி ஓடிக்கொண்டிருந்தேன். இன்று

நீங்களெல்லாம்,
மயானக் கூரையின் மேல்
காக்கையின் சத்தம்
யார் வரப்போகிறார்கள்...
என்று அற்புதமாக எழுத வந்திருப்பது கண்டு மகிழ்ச்சியாக இருக்கிறது.
நல்ல வேளை நீ
ஹெல்மெட் அணிந்து வந்தாய்
விபத்து தவிர்க்கப்பட்டது.
என்று கேரட்டைக் கொய்ய முடிந்திருப்பது கண்டு உவகை பொங்குகிறது.

Take the round flat moon
Snap this twig
For handle
What a pretty fan....   (SOKAN)

இதைப் படித்துவிட்டு, நான் ஏற்கனவே பார்த்திருந்த காட்சி ஒன்றை, கொஞ்சம் விலகித் தழுவி எழுதினேன்.
மொட்டைப் பனை மரத்தின்
உச்சியில் கோடை நிலா
ஓ.. புழுக்கத்திற்கேற்ற
அழகான விசிறி...
ஆனாலும் எனக்கு தனித்துவமான திருப்தியாயில்லை. இன்று உங்கள் கவிதையான,
மொட்டைப் பனை மரத்தில்
தோகை விரித்தபடி
மயில்...
படிக்கையில் ஆஹா இதை எழுத நமக்கு வாய்க்க வில்லையே என்று ஆற்றாமை பொங்குகிறது.

நண்பர் கதாசிரியர் பா.செயப்பிரகாசம் அடிக்கடி சொல்லுவார், 'நெல் வயல் நடுவே ரோஜா பூத்திருந்தாலும் அதுவும் களைதான் என்பது விவசாயியின் பாடு' என்று. அதைச் சற்றே நினைவுபடுத்துகிறது. ஆனால் முற்றிலும் வேறு தளத்தில் இயங்கும் உங்கள் கவிதை
வயல் முழுக்க வண்ணத்துப் பூச்சிகள்
என்ன செய்ய
களை பறிக்க வேண்டும்.

இதிலும் ஒரு விவசாயியின் பாடும் ஒரு கலைஞனின் பாடும் நன்றாகத் துலங்குகிறது.

சுமைதாங்கிக் கல்லை
கடந்து செல்கிறாள்
கர்ப்பிணிப் பெண்

சுமைதாங்கிக் கல் வைக்கப்படுவதன் காரணம் உணர்ந்த யாரையும் உலுக்கிவிடுகிறவை இவை.

வயிறு முட்டச் சாப்பிட்டிருந்திருக்க வேண்டும்
ஆப்பிள் விழுந்த கணத்தில் நியூட்டன்

இதில் பசிக்கிறவன் மீதான கரிசனமும் ஒரு விஞ்ஞானி மீதான பாராட்டுரையும் இணைந்து இரு தளத்தில் செயல்படுகிறது. உங்களின் பிரத்யேகமான கவி மொழியில்.

நீ கண்ணாமூச்சி சொல்லித் தராததால்
நான் தூங்கத் தெரியாமலே போனேன்.

இது என்னுடைய வரிகள்.

இந்தத் தவிப்பையும் ஆற்றாமையையும் மீட்டுக்கொண்டு வந்தன உங்கள் வரிகளான

நீ படித்துறைக்கு
வந்த பிறகு
எனக்கு நீச்சல் மறந்து விடுகிறது.

ஒரு விதை மரமாகி, பூ உதிர்த்து காயாகிக் கனியாகி, மறுபடி விதையாதல் போல கலை, தலைமுறைக்கு தலைமுறையாய் தோள் மாற்றப்பட்டு வருகிறது.

ஒரு கலைஞன் இல்லையென்றால் வாழ்வுக்கு அர்த்தமென்பதே கிடையாது. வாழ்வில் நம்பிக்கைப் பூவை மலர்த்துபவன் கவிஞனே.

இன்றைக்கு நான் காக்கைக்கு விசிறிய அரிசி
பாரதி விதைத்தது.

என்று கல்லில் வடித்த சொல் போலக் காலம் கடந்தும் நிற்கக்கூடிய வரிகளை நீங்கள் எழுதியிருப்பதே உங்களை நீங்கள் நிரூபித்துவிட்டதைக் காண்பிக்கிறது. என் அன்பான வாழ்த்துகள்.

அன்புடன்
கலாப்ரியா